வீடு முழுக்க வானம்

வீடு முழுக்க வானம்
சே. பிருந்தா (1976)

1976 மழை (நவம்பர்) மாதம் இரண்டாம் நாள் பிறந்தவர். இந்தி இலக்கியத்தில் முதுகலைப் பட்டம் பெற்று, தனியார் நிறுவனம் ஒன்றில் பணிபுரிகிறார். இவருடைய முதல் தொகுப்பு 'மழை பற்றிய பகிர்தல்கள்' (1999).

பிருந்தாவின் சில கவிதைகள் ஆங்கிலத்தில் மொழிபெயர்க்கப்பட்டுள்ளன.
'தேவமகள்' இலக்கிய விருது (2000) பெற்றுள்ளார்.

இவருடைய கவிதைகள் 'கனவு', 'காலச்சுவடு', 'தீம்தரிகிட', 'சுந்தரசுகன்', 'புதுஎழுத்து', 'சதங்கை', 'பூங்குயில் பல்சுவை நாவல்', 'ஆனந்த விகடன் தீபாவளி மலர்', 'அவள் விகடன்' போன்ற இதழ்களிலும் அம்பலம், ஆறாம் திணை போன்ற இணைய இதழ்களிலும் வெளிவந்துள்ளன.

E-mail: brindhass@yahoo.co.in

சே. பிருந்தா

வீடு முழுக்க வானம்

காலச்சுவடு பதிப்பகம்

வீடு முழுக்க வானம் ✧ கவிதைகள் ✧ ஆசிரியர்: சே. பிருந்தா ✧

© சே. பிருந்தா

✧ முதல் பதிப்பு: டிசம்பர் 2009 ✧ வெளியீடு: காலச்சுவடு பதிப்பகம், 669 கே. பி. சாலை, நாகர்கோவில் 629 001 ✧ தொலைபேசி: 91–4652 – 278525 ✧ தொலைநகல்: 91–4652 – 402888 ✧ மின்னஞ்சல்: kalachuvadu@sancharnet.in ✧ அச்சுக்கோப்பு: சுதர்சன் புக் புராசசர்ஸ் அண்ட் டிஸ்ட்ரிப்யூட்டார்ஸ் ✧ அட்டை அச்சாக்கம்: பிரிண்ட் ஸ்பெஷா லிட்டீஸ், சென்னை 600 014 ✧ அச்சாக்கம்: மணி ஆஃப்செட், சென்னை 600 005.

காலச்சுவடு பதிப்பக வெளியீடு: 307

viiTu muZukka vaanam ✧ Poems ✧ Author: cee. Piruntaa ✧

© S. Brindha

✧ Language: Tamil ✧ First Edition: December 2009 ✧ Size: Demy 1 x 8 ✧ Paper: 18.6 kg maplitho ✧ Pages: 80 ✧ Copies: 550 + 50 ✧ Published by Kalachuvadu Pathippagam, 669 K.P. Road, Nagercoil 629 001, India ✧ Phone: 91-4652 - 278525 ✧ Fax: 91-4652 - 402888 ✧ e-mail: kalachuvadu@sancharnet.in ✧ Typesetting: Sudarsan Book Processors and Distributors ✧ Wrapper Printed at Print Specialities, Chennai 600 014 ✧ Printed at Mani Offset, Chennai 600 005.

ISBN 978-81-89945-91-6

12/2009/S.No. 307, kcp 508, 18.6 (1) 600

எனது ஆசான் திரு. ரங்கநாதன்ஜி
அவர்களுக்கும்
என்னை, என் குணம் குறைகளோடு
அப்படியே ஏற்றுக்கொள்கிற /
எப்பொழுதும் நேசிக்கிற
தனா'க்காவுக்கும்

பணியிடத்தில் எனக்கு ஒரு சுதந்திரமான இயங்குதளத்தை
அமைத்துக்கொடுத்த எனது 'பாஸ்' கணேஷண்ணா

கவிதை புரியாவிட்டாலும் பத்திரிகையில் என் பெயரிருக்கிற
காரணத்திற்காகவே
எல்லோரிடமும் பெருமைப்படுகிற அம்மா

இரண்டாவது தொகுப்பு உருவானதில் முக்கியப் பங்கு வகிக்கிற
கணவர், குடும்பத்தார்

என் சென்னை வாழ்தலுக்குப் பிள்ளையார் சுழி போட்ட
பின்னுரை வழங்கிய 'அம்பை' அம்மா

சென்னையைச் சகிக்க + நேசிக்கப் பழக்கிய ஞாநி,
மணிப்பூஞ்செல்வி, மனுஷ்ய புத்திரன்

மண்ட்டோ கதைகளில் போல் தொலைபேசியில் நட்பு பாராட்டி
எப்பொழுதும் உற்சாகம் ஊட்டுகிற
பத்மா (மா), கமலாலயன் சார், க்ருஷாங்கினி

என் கவிதைகளை அல்லாவிடினும் என்னை நேசிக்கிற மாலா,
ராசாத்தி, வித்யா, சுனிதா

முன்னுரை தந்த சுகுமாரன்

காலச்சுவடு கண்ணன், ராஜமார்த்தாண்டன்

வெளியிட்ட இதழ்கள் அதன் ஆசிரியர்கள்

புகைப்படம் எடுத்த ஸ்ரீராம்

எல்லோருக்கும் என்
நன்றி

பொருளடக்கம்

என்னுரை	13
முன்னுரை	15
இதுவரையில்...	19
ஒற்றையாய் ஒரு மேகம்...	20
இயல்பான உதிர்த்தலில்...	20
கைகுலுக்கல்	21
இந்நேரம் அப்பச்சியை...	22
துளிகள்	23
பார்வை - 1	24
பார்வை - 2	24
பார்வை - 3	25
வெளிப்படும் பிரயத்தனங்களுக்கு...	25
எனது இலக்கு...	26
செம்பழுப்பாய் எழுகிற கடல்...	26
வார்த்தைகளைவிடவா...	26
எழ மறந்த இரவிலேயே...	26
தலையை...	27
திசைகளுதறிப் பறந்து...	27
மலரல்ல நானெனினும்...	28
எதிர்கொள்ளல்	29

வீடு	30
உன் கடிதங்களின்போது...	30
நானும்...	31
நீ	31
விருட்சம்	32
விருப்பத்தில் - வெறுப்பதில்...	33
நீ என் வண்ணத்துப்பூச்சி	34
மேலும் சில மரணக் குறிப்புகள்	35
தொலைபேசி உரையாடல்கள்...	36
ஒரு பறப்பு	37
உயிர் விளையாட்டு	38
தானே பேசியபடி நகரச்சாலையில் ஒருத்தி	39
ஈடு	40
எல்லா நாட்களையும் போல...	41
இருக்கிறேன்...	42
அன்பெனச் சொல்லுங்கள்	43
'தீ' என்றழைத்தார்கள்...	44
ஒருவரும் அறிந்திருக்கவில்லை...	45
உபயோகமான சொல்லுக்காக...	46
எல்லாக் கழிவறைகளின் இயல்பும்...	47
நீயும், உன் அழுகையும்	48
தூக்கம், மரணம் - நடுவில் வாழ்க்கை	50
உதிரி முத்தங்கள்	51
செத்துப்போன எனது கவிதை - ஓர் ஒப்பாரி	52
தோட்டத்து மரங்கள்...	54
எல்லோர் வீட்டிலும் ஒரு நாய்க்குட்டி	55
கோடை மழை	56
என் அன்பின் தோட்டம்...	56
விடிந்துவிட்டதா இரவா...	57

ஒரு விபத்து...	57
அக்கா	58
இருள் கவியும் மாலையில்...	58
ஓடிக்கொண்டேயிருக்கிற நதி...	59
காதலைச் சொல்லத்தான் வந்தேன்...	60
இது மரணாவஸ்தை...	61
சாவை எதிர்கொள்ளல்	62
தவிர்க்க முடியாமல் ஒரு காதல் கவிதை	64
இரக்கமற்றுப்போன...	65
ஒரு முத்தத்திற்கு பின்	66
மழை எதையும் சொல்லவில்லை...	66
டே கேரில் விட்டு வந்த...	67
முத்தம் கனிதல்	68
தேன் சொட்டும் உன் பெயர்...	68
நீருள் முகம் அழுந்தியதும்...	69
வாழ்க்கையின் சூன்யம்...	69
தீப்பற்றுதல் போல...	69
என்...	69
புத்தனாதல்	70
முத்தம் சுவைத்தல்	71
உன் சாதாரணங்களும் என் அசாதாரணங்களும்	72
நீ அருகிலில்லாத தினத்தில்	73
06.06.2009	74
NRI	75
நீ...	76
இதைவிடத் தனிமையை...	77
எல்லா ப்ரியங்களையும்...	78

என்னுரை

எத்தனையோ முறை வரலாற்றில் படித்ததுதான். ஜான்ஸி ராணி, லட்சுமிபாயின் சித்திரம் குதிரைமேல் வாளேந்தியபடி, தன் பாலகனை முதுகில் இறுக்கிக் கட்டியவாறு இருக்கும். நாலாவது, ஐந்தாவது படிக்கும் போதிருந்து பார்ப்பது. ஆனாலும் மனதில் உறைத்ததே இல்லை.

என் மகளுக்காகக் காற்றும் வெளிச்சமும் கனிந்த அக்கறையும் நேர்த்தியுமான *Day Care* தேடி அலைந்தபோது சுரீரென்று உறைத்தது.

ஒரு நாட்டுக்கே ராணி. குழந்தையைப் பார்த்துக்கொள்ள யாருமில்லையா? யாரிடமும் நம்பிக்கையற்றுப் போய் விட்டதா? மெட்ராஸ் புழுதில தூக்கிட்டுப் போறதுக்கே அவ்ளோ யோசிக்கிறோமே, ரத்தத்துக்கும் மரண ஓலத் துக்கும் நடுவே ஏன் குழந்தையைத் தூக்கிட்டு வந்தாங்க? எதனால்?

இப்போதைய நம் வாழ்வுமுறை மிக விநோதமானது. சமரசம் செய்துகொள்ளவும் முடியவில்லை. செய்யாமல் வாழ்வதும் இயலாதது.

வேலைக்குப் போவது / வீட்டைக் கவனிப்பது / குழந்தைக்கு அம்மாவாக இருப்பது...

மேலே புலி, பற்றியிருக்கும் கொழுகொம்பில் கருநாகம், கீழே ஆழ் கிணறு... மரத்திலிருந்து சொட்டிய தேனின் ருசி மாதிரிதான் ஒவ்வொரு கணமும் கவனம் பிசகாத வாழ்க்கை ருசிக்கிறது. பிசகினால் போய்ச் சேர வேண்டியதுதான்.

எது கவிதையென்று இப்பவரை தெரியாது, தெரிய விருப்பமும் இல்லை. திரும்ப யோசிக்கையில், வெகு

அபூர்வமும் விநோதமும் கூடிய கணம் எழுத்தில் உறைகிறது அல்லது சலிப்பூட்டும் வாழ்வின் தவிர்க்கவியலா நெருடல் - கவிதையாக உருக்கொள்கிறது.

முதல் தொகுப்பிற்கும் இதற்கும் பத்தாண்டுகள்... சரியான அவகாசம்தான் என்று தோன்றுகிறது. நீங்கள்தான் வாசித்துச் சொல்ல வேண்டும் – வளர்ந்திருக்கிறேனா என்று.

நட்புடன்
சே. பிருந்தா

முன்னுரை

பிருந்தாவின் கவிதைகளை எங்கே வைப்பது? என்னவாக அடையாளம் காண்பது? இந்தக் கேள்விகள் எழக் காரணம் அவரது கவிதையெழுத்தில் காணப்படும் இடைவெளி. 'மழை பற்றிய பகிர்தல்கள்' என்ற பிருந்தாவின் முதல் தொகுப்பு பத்தாண்டுகளுக்கு முன்பு வெளியானது. அப்போது பெண்கள் அதிகமாக எழுதிக்கொண்டிருந்தாலும் சிலரது கவிதைகளே தொகுப்பு வடிவம் பெற்றிருந்தன. தொகுப்பாக வெளிவந்து இலக்கிய ஆர்வலரின் எதிர்பார்ப்புக்கு உரியவராகவுமிருந்தார் பிருந்தா. 'புதுக்கவிதைக்குரிய பாலாரிஷ்டங்கள் இல்லாத கவிதை பிருந்தாவுடையது' என்று ஞானக்கூத்தன் முன்னுரையில் குறிப்பிட்டிருந்தார். முதல் தொகுப்பைத் தொடர்ந்து அவ்வப்போது எழுதி வந்திருந்தாலும் அவருடைய பிந்தைய கவிதைகள் பத்தாண்டுகளுக்குப் பின்பே தொகுப்பாக வடிவம் பெறுகின்றன. இந்த இடைக் காலத்தில் கவிதை வெளியில் சொற்களின் கரைகளுக்கிடையில் பெருவெள்ளம் ஓடியிருக்கிறது. புதிய அழகுகளும் வேறுபட்ட கூறுமுறைகளும் பொருள்வகைகளும் கவிதைக்கு நேர்ந்திருக்கின்றன. பெண் எழுத்து கவிதையின் முதன்மையான வகையாக மாறியிருக்கிறது. பிருந்தாவின் கவிதைகளை வாசிக்கும்போது கேள்விகளை எழுப்புவதும் இந்தக் கால மாற்றம்தான்.

நீண்டு கிடக்கிறது
ஒற்றையடிப்பாதை
வானத்திலிருநது

என்று பிருந்தாவின் முதல் தொகுப்பில் சிறுகவிதையொன்று இருக்கிறது. அந்த வானம் இந்த இரண்டாவது தொகுப்பில் வீடு முழுக்க நிறைந்திருக்கிறது. பிருந்தாவின் கவிதையெழுத்தில் நிகழ்ந்திருக்கும் மாற்றமாக இதைச் சொல்லலாம்.

இந்தக் கவிதைகளைப் பெண்ணெழுத்து என்றோ தான் ஒரு பெண் நிலைப் பரப்புரையாளரென்றோ பிருந்தா பிரகடனம் செய்துகொள்ளவில்லை. எனினும் இந்தத் தொகுப்பிலுள்ள பெரும்பான்மையான கவிதைகள் அவற்றின் கூறுமுறையிலும் பேசுபொருளிலும் பெண் அனுபவத்தையே மையமாகக் கொண்டவை. இயல்பாகவே அவற்றில் அந்த அடையாளங்கள் புலனாகின்றன. தொகுப்பிலுள்ள 'உயிர் விளையாட்டு' என்ற கவிதையை ஓர் ஆண் மனம் யோசிப்பது கடினம். உறவு என்னும் கண்ணாமூச்சி விளையாட்டில் 'நீயும் நானுமே ஆட்டக்காரர்கள்/எனக்கெவ்வளவு தொலைவோ/அவ்வளவு நெருக்கமும் நீ/என் எல்லாமும் நீ/எதுவுமில்லாததும் நீ' என்று இடம்பெறும் வார்த்தைகளின் நுண் அரசியல் அதை உறுதிப் படுத்தவும் செய்கிறது.

அண்மைக் காலக் கவிதைகளின் பெண் மொழி இரண்டு நிலைகளில் செயல்படுகிறது. பெண் தன்னை நிறுவிக்கொள்வதன் வேட்கை மன உணர்வுகளைச் சார்ந்து வெளிப்படும் கவிதைகள் ஒரு நிலையில். இதுவரை ஆணின் உடைமைப் பொருளாகக் கருதப்பட்ட தனது உடலை மீட்கும் ஆவேசத்துடன் வெளிப் படும் கவிதைகள் இன்னொரு நிலையில். இந்த இரண்டும் இணைந்த கவிதைகளையும் காண முடிகிறது. முதல் நிலையில் வெளிப்படுபவை பிருந்தாவின் கவிதைகள்.

ஒரு தனிமையான மனதின் வியப்புகளும் மகிழ்ச்சிகளும் சீற்றங்களும் புகார்களும்தான் பிருந்தாவின் படைப்பாக்கத்தின் அலகுகள். இயற்கை மீதான நேசம், காதலின் இனிய கசப்பு, குழந்தைகளுடனான பரிவு, நகர வாழ்க்கை தரும் மூச்சுத் திணறல், உறவுகளின் நெருக்கம், பிரிவு – ஆகிய உணர்வுகள் தனிமைப்பட்ட அல்லது தனிமைப்படுத்தப்பட்ட பெண்ணின் அனுபவங்களாக வெளிப்படுத்தப்படுகின்றன. இந்த அனுபவங் களை பிருந்தா இரண்டு விதமாக எதிர்கொள்கிறார். சில அனுபவங்களைக் கழிவிரக்கத்துடனும் சிலவற்றைத் தனிமைத் துணிவுடனும். 'நீயும் உன் அழுகையும்' கவிதை கழிவிரக்கத்தின் அங்கதத் தொனியில் கூறும் பிருந்தா 'மழை எதையும் சொல்ல வில்லை' என்று தொடங்கும் கவிதையில் 'என் மௌனத்தைக் காதலாக மொழிபெயர்' என்று அறைகூவல் விடுகிறார். பெண் உணர்வின் இந்த அபாயச் செய்கை வியப்பளிக்கிறது. அதே சமயம் அச்சுறுத்துகிறது.

பிருந்தாவின் இந்தத் தொகுப்பிலுள்ள கவிதைகளை வாசிக்கும் தருணத்தில் வசப்பட்டவை இந்த எண்ணங்கள். இவற்றைக் கடந்து பிருந்தாவின் கவிதைகளுக்கான இடம் என்ன என்று யோசிக்கலாம். மென்மையும் நேரடியானதுமான

மொழியில் இயங்குபவை இவர் கவிதைகள். ஓர் அனுபவத்தின் மனநிகழ்வுகளை மட்டுமே இவர் முன்வைக்கிறார். அவற்றை ஒரு கருத்தாக்கமாக்கி கோஷம்போட பிருந்தாவின் எழுத்தியல்பு அனுமதிப்பதில்லை. மென் உணர்வுகளால் பின்னப்பட்டதாகவே இவரது கவிதையுலகம் அமைந்திருக்கிறது. மேகமாகவும் இலையாகவும் பறவையாகவும் மழையாகவும் வண்ணத்துப் பூச்சியாகவும் மலராகவும் தன்னை உருவகித்துக்கொள்வது இந்த மென் உணர்வுகளால்தான். அவ்வளவு மென்மையல்ல வாழ்க்கையும் கவிதையும் என்று பகுத்துப் பார்க்கும்போது பிருந்தாவின் துயரம் பிடிபடுகிறது. இவ்வளவு மென்மையான கவிதைகளை இன்றைய பெண்ணெழுத்து கடந்து போய்க் கொண்டிருக்கிறது என்பதும் தென்படுகிறது.

பத்தாண்டு இடைவெளியைக் கடக்கும் கவிதையியல் முயற்சிகள் எதையும் பிருந்தா மேற்கொள்ளவில்லை என்பதைத் தொகுப்பிலுள்ள கவிதைகள் புலப்படுத்துகின்றன. கைவசமுள்ள மொழியால் தன் உலகை நிறுவிவிட முடியும் என்ற நம்பிக்கை சார்ந்ததாக இருக்கலாம் இது. ஓர் அனுபவத்தின் பன்முகத்தை முன்வைப்பதல்ல தன்னுடைய நோக்கம். அந்த அனுபவத்தை அதன் ஈரமும் கசிவுமாகச் சொன்னால்போதும் என்ற எண்ணம் பிருந்தாவின் கவிதைகளை வரையறுத்துவிடுகிறது. ஒரு பெரிய கவிதைக்கான சாத்தியம் கொண்டது ஒரு தாயின் இறப்பைப் பற்றிய ‘ஈடு’ என்ற பிருந்தாவின் கவிதை. அனுபவத்தின் கிளைகளைப் பொருட்படுத்தாமல் அதன் வேரைப் பற்றி மட்டும் கவனம் கொள்கிறார். ‘வயிற்றில்/ வாங்கிக்கொள்ளவியலுமா/அம்மாவை – இறப்பை இறப்பால்/ ஈடுசெய்ய நிகழுமா – அன்பிற்கு ஈடாகாது/ அன்பும்’ என்று கச்சித வரிகளில் முடிந்து விடுகிறது. கவிதையாக்கத்தின் இந்த நிலையை பிருந்தாவின் எழுத்தியல்பாகவே கருதலாம். அவருடைய குறையும் வலுவும் இதுதான் என்றும் தோன்றுகிறது. இதைச் சொல்லக் காரணம் பகட்டில்லாமல் அனுபவங்களைக் கவிதையாக்கும் பிருந்தாவிடமிருந்து கூடுதல் விரிவும் ஆழமும் கொண்ட படைப்புகளை எதிர்பார்ப்பதுதான்.

ஓடிக்கொண்டேயிருக்கிற நதி
போய்க்கொண்டேயிருக்கிற மேகம்
தினம் பூக்கிற மரம்
பறந்து திரிகிற வண்ணத்துப்பூச்சி
குரலெழுப்பாமல் இசைக்கிற காற்று
வீடு முழுக்க வானம்
வானம் நிறைய பறவைகள்

அருகே மிக அருகே
தொட்டுக்கொள்ளும் தூரத்தில்
என்றில்லாவிடினும்
என் குரல் கேட்கிற தொலைவில் நீ

இதுபோதும்
இவைபோதும்
வாழும்படித்தான் இருக்கிறது
வாழ்க்கை

இதுதான் பிருந்தாவின் மனமையம்.

வெளிப்படையாகத் தெரியும் இந்த ஆசுவாசத்தின் பின்னால் சமரசமற்று வாழமுடியாமற் போவதன் பரிதவிப்பும் புரிந்துணர்வு வாய்க்காத உறவுகள் தரும் வலியும் பெண்ணாக இருப்பை நிலைநாட்டுவதற்கான போராட்டத்தின் உதிரமும் கசிகின்றன. அந்தக் கசிவு வார்த்தைகளாகின்றது. காலங்காலமாகப் பெண் மனம் கொள்ளும் ஏக்கத்தின் இன்றைய சொற்களாக இருக்கலாம் பிருந்தாவிடம் வெளிப்படுபவை. பிருந்தாவே ஒரு கவிதையில் கேட்கிறார் 'வார்த்தைகளை விடவா/மரணம் வலிக்கும்?' இந்த நிரந்தரக் கேள்விக்கான நிகழ்கால பதில்களின் ஒரு சார்பு இந்தக் கவிதைகள்.

சுகுமாரன்

திருவனந்தபுரம்
4 நவம்பர் 2009

இதுவரையில்
நடந்துகொண்டுதான்
இருந்தேன்
என்றாலும்
என் காலடியை
அழுந்தப் பதித்தது
உன்னைச் சந்தித்த பிறகுதான்.

O

ஒற்றையாய் ஒரு மேகம்
துரத்திக்கொண்டிருக்கிறது
தனிமையை.

O

இயல்பான உதிர்த்தலில்
இழப்பேதுமில்லை –
எனக்கும் பறவைக்கும்.

O

சே. பிருந்தா

கைகுலுக்கல்

முதன்முதலாய்
உன்னைச் சந்திக்கையில்
என்ன பரிசளிப்பது
என்றே தெரியவில்லை,
இளஞ்சூடாய்
என் அன்பைச் செய்து
உன் கைகளில் தருவது தவிர.

o

இந்நேரம் அப்பச்சியை
எரித்தோ (அ) புதைத்தோ
தங்களிடமிருந்து
தங்களைத் தப்புவித்திருப்பார்கள்.

வீட்டைக் கழுவித் துடைத்து
விளக்கேற்றி வைப்பார்கள்
படையலிட்டு.

சாப்பிட மறுப்பதாய் பாவனை காட்டி
சாப்பிட்டு முடிப்பார்கள் ஏப்பத்தோடு.

வெற்றிலைக் காரத்தோடு பேச்சு
வேறுபக்கம் திசை திரும்பும்.

அப்பச்சியின் சொத்துக்களை மாதிரி
அப்பத்தாவையும் நாலு கூறாய்
போடுவார்களாயிருக்கும்,
ஆளுக்கொரு பங்காய்.

O

சே. பிருந்தா

துளிகள்

கல் தெறிப்பில்
சிதறுகிறது
குளம்.

பூக்களில் மணக்கிறது
காற்று.

பேச்சை இசைக்கிறது
பறவை.

கனவுகளில் முயங்குகிறது
இரவு.

கடிகாரத்தில் நகர்கிறது
காலம்.

O

பார்வை 1

என்னை
எதுவாகவோ இருக்கச் சொல்லி
எல்லோரும் வற்புறுத்துகிறார்கள்,

நான் என்னை
நக்ஷத்ரங்களில் காணாது போக
முயன்றுகொண்டிருக்கையில்.

O

பார்வை 2

இடையனின்
பார்வைக்குத் தப்பி
பொட்டல் வெளியில்
புல்மேயும் ஒற்றை ஆடு
கனத்த மேகங்களின்
கண்காணிப்பில்

எப்படியும் தப்ப முடியாமல்
என்போல அதுவும்.

O

சே. பிருந்தா

பார்வை 3

எத்தனை பேரின் கண்கள்
விரல்களாய்.

O

வெளிப்படும் பிரயத்தனங்களுக்கு
நசுக்கக் காத்திருக்கும் கைகளை
பற்றிக் குலுக்கிப் புன்னகைத்து
நலம் விசாரிக்கும் நாகரிகத்தை
நானும் விடமுடியாமல்தான்
கை குலுக்கினேன்.

தவிர
நாண நன்னயம் செய்துவிடல்
அல்ல அது.

O

எனது இலக்கு
இதோ, கண்ணெட்டும் தொலைவில்...
சூரியனைத் தொட்டு வருவது.

O

செம்பழுப்பாய் எழுகிற கடல்
விழுங்கப் பார்க்கையில்
விழிப்பு வந்துவிடுகிறது

பிறகென்ன ஆனேனோ
கனவுக் கடலில்.

O

வார்த்தைகளைவிடவா
மரணம் வலிக்கும்?

O

எழ மறந்த இரவிலேயே
எப்பவும் மழை.

O

சே. பிருந்தா

தலையைத்
துவட்டுகிற
அதே மழை
உதட்டில் . . .

வேறு சுவை
வேறு உணர்தல்.

O

திசைகளுதறிப் பறந்து
வானேகும் கவிதை,
உன்னையே பற்றியிருக்கிறது
விழுந்துவிடாமல் என்னை.

O

மலரல்ல நானெனினும்...

வலிக்கக் கிள்ளி என்
கண்ணில் நீர்முட்டுகிறதா என்கிறாய்

மனசெங்கும் நீ
தீய்த்த வடுக்கள்

எனக்கும் தீ
சுடுகிறது

மலரல்ல நான்
எனினும்.

o

சே. பிருந்தா

எதிர்கொள்ளல்

எஞ்சிய ஒற்றை முணுமுணுப்பும்
எழுந்து போய்விட
நீயும் நானுமாக
நிரம்பியிருக்கிறது அறை

எதிர்கொண்டேயாக வேண்டும்
என்னை நீ

விளையாட்டுத் திடலில்
'ஹோ'வென்ற இரைச்சலில் தேய்ந்து
அறுந்த சிலந்தி வலையில் தொங்கி
பல்லியின் வாலோடு நகர்ந்து நீ
எவ்வளவு தவிர்த்தும்
எதிரேயிருக்கிற என்னை—
சட்டெனக் கடந்து
உதறியெழுந்து போய்விடுகிறாய்

உன்னால் எதிர்கொள்ள முடியாதினி
உன்னையும்.

O

வீடு

நடக்கும் திசையெல்லாம்
முட்ட நேர்கிற சுவர்கள்
சிலைபோலென்னை
இறுக்குகிற சுவர்கள்

நானொரு சமாதியுள்
நிறுத்தி வைக்கப்பட்டு.

O

உன் கடிதங்களின்போது . . .

முகத்தில் மோதுகின்றன
மழைக்கால வண்ணத்துப்பூச்சிகள் சில,
வார்த்தைகளின் பூவாசத்தில் நெகிழ்ந்து.

O

சே. பிருந்தா

நானும்
முன்விழுகிற நிழலுமாய்
நீளுகிற பாதை

ஒரு கைப் பொத்துதலுக்குள்
ஒளிந்திருக்கிறது

உன் வீடு

சந்திப்பதற்கான பிரயத்தனமே
சந்தித்ததாகாதா ?

O

நீ

ஆமையின் ஓடு போல
நான் சுமந்து திரிகிற
என்னால் உதிர்க்கவே முடியாத
என் தனிமை.

O

விருட்சம்

மூர்க்கமாய் மூச்சு விடும்
மாட்டின் மூக்கு விடைப்புபோல
(ரகசியங்கள் பொதிந்த) பொந்துகளும்

இரு பெண்கள் தழுவிக்கொண்டதுபோல
உள்முக உருவமும்
பூமிப் பந்தைக் கைகள் அகல விரித்து
தாங்கிப் பிடித்த தாடி வைத்த மனிதனின்
தோற்றம் ஒத்து இலைகள் தாங்கிய
கனத்த கிளைகளும்

காற்று ஊடாடுகையில்
அதன் பெரும்மூச்சுகளுமாக

பழுத்த மஞ்சள் இலைகளுதிர்த்து
எங்கள் நட்பை ஆசிர்வதித்த
பெயர் தெரியாத அந்த மரம்
பள்ளிக் காலத்திற்கும் முந்தையது.

பூக்களற்ற ஞாபக வேர்கள் நிரம்பிய
நடைமுறை வாழ்க்கையென,
அம்மரத்தின் மேற்பரப்பில்
எஞ்சி எழும்பியிருக்கிறது,
சமீபத்திய கல்கட்டடம்.

O

சே. பிருந்தா

விருப்பத்தில் – வெறுப்பதில்
எந்தத் தீவிரமும் இல்லை
என்னில்

கோணலாய் விரியும்
சம்பிரதாயப் புன்னகையில்
சாவின் ரேகைகள் தென்படலாம்

சலிப்பான முகங்களைக் கடந்து
அடையும் ஜன்னலற்ற அறையில்
பல்லிகள் ஸ்நேகம்

மீந்த உணவுத் துணுக்குகளை
இழுத்துப் போகும் எறும்பு நூல்
எனக்குள் எதையோ நிகழ்த்துகிறது

வழக்கமான உன் கடிதங்கள்
கிளர்ச்சியற்று . . .

சிலிர்ப்புறத்தான் இருக்குமா
எப்பவும் மழைத்துளி –
புதுசாய்ப் பெய்கிற மழை
பழைய்ய்ய 'நான்', எனவே.

❍

நீ என் வண்ணத்துப்பூச்சி

அந்த வண்ணத்துப்பூச்சி
அழகாக இருந்தது
அது 'வண்ணத்துப்பூச்சி' என்பதாலேயே

பார்வைத் தொடுகைக்கு
பறந்து விடாமல்
பூவில் அமர்ந்தது

எங்கள் அலுவலகத்தின்
மேல்தளத் தொட்டிச் செடியின்
பூ அது.

தட்டச்சு செய்து
முனை மழுங்கிய விரல்களுக்கு
வண்ணம் பூச விழைந்த எண்ணத்தை
அதோடு பறக்க விட்டு...

வானத்தை உமிழ்கிறேன்,
என்னை வந்தடைகிறது
என் மீதான என் வெறுப்பு.

O

சே. பிருந்தா

மேலும் சில மரணக் குறிப்புகள்

பிணத்தின் வீச்சம்
பேசுகையில் எல்லாம்
– சுய மரணங்களை

தோன்றும்போது
பூமி வெடித்துச் சாவது
எத்தனை சந்தோஷம் –
பூமி பிளக்கும்படியான
உள்ளார்ந்த குமுறலல்லவா அது.

பூட்டின தனிமையைத்
தினமும்
தாழ் திறக்கிறேன்,
இருளின் தனிமைக்கு
மரணத்தின் சாயல்.

முன்னெப்போதுமில்லாத
குளிர்மை நடுக்க
துக்கம் பிதுங்கின விழிகளோடு
என் பொழுதுகள் –
பூமியுள் புதைந்தழ வேண்டும்
என்னை மரணியுங்கள்.

O

தொலைபேசி உரையாடல்கள்
தொடுகை உணர்வற்று

மின்னஞ்சல் வரிகளில்
மொழியும் அந்நியம்

என் தீண்டல்
உருவமற்றுத் திரும்ப . . .
நீயென்
திசைகளுக்கப்பாலிருக்கிறாய்

முடியுமெனில்
உன்னை நீராக்கிக்
குடித்துவிடணும் போலிருக்கிறது

காற்றெனில்
உன்னை சுவாசித்து
உள் நிறுத்திக்கொள்வேன்.

○

ஒரு பறப்பு

சபிக்கப்பட்ட அந்த வார்த்தைகளை நான்
சொல்வதற்கு முன்பு வரை –

உன் அன்பு குறித்த
நிச்சயங்களிருந்தன.

ஒரு பறப்பைத் தீர்மானிப்பதெது
காற்றா . . . சிறகா . . .
குறி தவறும் வேடனின் அம்பா?

○

உயிர் விளையாட்டு

இதொரு
உயிர்ச்சேதம் நிகழ்த்தக்கூடிய
கண்ணாமூச்சு விளையாட்டு

நீயும் நானுமே
ஆட்டக்காரர்கள்
எனக்கெவ்வளவு தொலைவோ
அவ்வளவு நெருக்கமும் நீ

என் எல்லாமும் நீ
எதுவுமில்லாததும் நீ

நீயென் அன்பை
வார்த்தையாக யாசிக்கிற போதெல்லாம்
சொற்களற்று வாயடைத்துப் போன
சகிக்க முடியாத மௌனம் பதிலாகிறது

மெல்லிய திட்டமிடலுடன் கூடிய
காத்திருப்புதான் –
ஒரு பல்லியின் வேட்டையாடலைப் போல,
உன் கவனம் முழுமையும்
என்னை நோக்கி நகர.

நானொரு கொடூர மிருகம்.
நம்பினால் நம்புங்கள்
என் கூர் பல்லும் நகங்களும்
அன்பாலானது.

○

சே. பிருந்தா

தானே பேசியபடி நகரச்சாலையில் ஒருத்தி

எனவே திசையற்று நடக்கத் துவங்கினேன்
மா நகரத்தின் தனித்த அறையின்
வெகுநீண்ட பகல் பொழுதுகளின்
மனச் சித்திரவதைகள் தாங்காமல்.

மண்டையெல்லாம் மரணத் தவிப்பு.

அடுத்தடுத்து
அலையலையாய்
விழுங்கும் வேகத்தோடு
வாகனங்கள்

நெரிசலின் நடுவே
தானே பேசிக்கொண்டு போகிற
பெண்ணொருத்தியைப் பார்த்தேன்
அவள் தலை கலைந்திருந்தது

காய்கறி நிரம்பி வழிகிற
பைகளோடிருந்தாள்
முணுமுணுப்பாயில்லாமல்
உரக்க தனக்குத்தானே பேசினபடி
வேகமாகப் போய்க்கொண்டிருந்தாள்

இதென்ன ஐயோ!
எதிர்வரும் வாகனம்
எனை வீசியெறியும் இலக்குடன்.
... ...
நாக்கூசும் வசையோடு மரணம்
இம்முறையும் தள்ளிப் போய்விட -

நான் ஏன் இன்னும்
அவளாகவில்லை?

O

ஈடு

வயிற்றில்
வாங்கிக்கொள்ளவியலுமா
அம்மாவை –
இறப்பை இறப்பால்
ஈடு செய்ய நிகழுமா –

அன்பிற்கு ஈடாகாது
அன்பும்.

O

சே. பிருந்தா

எல்லா நாட்களையும் போல
கடந்திருக்கும் அந்நாள்
தினச் சாயைகளோடு பொழுதுகளும்.

எதுவென
அறியப்படுகிறதோ
அதில்லை போரின் துவக்கம்

உன் சிரிப்பில்லை
என் அழுகையுமில்லை
கிரகக் கோளாறுகளில்லை

மரத்தின் முதலிலை போல – அது
மறைக்கப்பட்டுவிட்ட ரகசியம்

நாம் கனிகளைக் கொண்டாடுவோம்.

O

இருக்கிறேன் . . .

பொசுக்கும் வெயிலில்
மரங்களேதுமற்ற நகரச் சாலைகளில்
வழி தவறிய முதியவரென –

அன்புமிக்கவரிடமிருந்து பெற்ற
சாபமென –

கடைசித் துளி
விஷத்திற்கப்புறமான
வாழும் வேட்கையென –

இலையுதிர்கால மரத்தினடியில்
வளரும் சிறு புல்லென –

உன் கடிதங்களின்றி.

○

சே. பிருந்தா

அன்பெனச் சொல்லுங்கள்

நேரடியாக
வேர் பிடுங்கித்தான் ஒரு
உயிரைக் கொல்ல வேண்டுமென்பதில்லை

முதலாக ஒளிவரும் அதன்
மேற்புறத்தை
பொசுக்கும் வெப்பத்தினின்றும் மீட்க
என்று சொல்லி மறையுங்கள்

பிறகதன் சாளரங்களை அடையுங்கள்
குளிருக்கு இதமெனச் சொல்லிக்கொள்ளலாம்

இப்போது,
கடைசியாக உங்கள் வசமிருப்பது –
நீரூற்றியே அழுகச் சாகடிப்பதா (அ)
நீரற்று வறள விடுவதா
என்பதுதான்.

உங்களை மிகவும் நம்பும் அதனிடம்
உங்களைக் குறித்த எதிர் உணர்விருக்காது
பயப்படாதீர்கள்

அன்பின் மிகுதியில் என்பதாகச் சொல்லி
நீர் ஊற்றிக்கொண்டேயிருங்கள்
கண்ணீரோ/குற்றவுணர்வோ எழுந்தால்
கவலைப்படாதீர்கள் –
விருட்சத்தைப் புதைக்கவில்லை,
விதைத்திருப்பதாக வாதிடுங்கள்

உங்கள் செயல்களை அன்பென்று
ஊர் சொல்லும்.

○

'தீ' என்றழைத்தார்கள்
'தொடாதே சுடும்' என்றார்கள்
தகதகத்தது அதன் ஈர்ப்பு

சுடுதல் என்றால் என்ன
என்றறியத் தொட்டேன்

அறிந்து தொட்டாலும்
அறியாமல் தொட்டாலும்
தீ சுடும்
தீய்க்கும்

வெளிப்போக
வழி தெரியாத் தீக்காடு

சிறகுகள் படபடக்க நிகழ்கிறது தேடல்
இந்த இருட்குகையின்
எந்தத் திசையிலும் நெகிழ்வில்லை

நொண்டிச் சிறகோடு நிகழும் ஒரு விடுதலை
அல்லது
செத்து மடிதலாய் இன்னொன்று

எதும் சம்மதம்தான்–
தெரிந்தே தொட்டாய் அனுபவியென்கிற
வென்சொல் கேட்காத தொலைவில்.

⬤

சே. பிருந்தா

ஒருவரும் அறிந்திருக்கவில்லை
என் கண்ணீரை.

இந்த இரவு ஏன்
இவ்வளவு துக்கம் மிகுந்து.

ஒற்றை நக்ஷத்ர ஒளிர்வில்
காற்று நடுக்க
சத்தமற்ற இந்த விசும்பல்

மிக அருகே உனது கரம் –
செத்த உடலிலிருந்து போல.

நீ உறங்கிக்கொண்டிருந்தாய்

நீ அறியாத என் துக்கம்
வலி மிகுந்து.

O

உபயோகமான சொல்லுக்காக
உயிர் கொடுத்துக் காத்திருந்தேன்

நீ ஒப்புக்கொள்ளும் ஒரு சொல்
நீ பயனுள்ளது எனச் சொல்லும்படியாக
ஒரு சொல்
ஒரே ஒரு சொல்

இடைவிடாது சொற்கள்
என் மனச் செவிப்பறை கிழிய
திரும்பத் திரும்பத் திரும்ப
எத்தனை சொற்கள்...

எது உன்னிடம் அர்த்தப்படும்?
எதில் நீ உணரும் பயன்பாடு –

உன்னைத் திருப்தி செய்ய முடியாத
என் சொற்களைப் போலவே
இந்த என் வியர்த்த மௌனமும்

எந்த அர்த்தங்களும்
என்னிடமில்லை
வியக்கும்படியான
வியாக்கியானங்களும்

நீ புரியும் விதமே
நானாகிறேன்.

O

சே. பிருந்தா

எல்லாக் கழிவறைகளின் இயல்பும் . . .

திறக்க எத்தனை கதவுகளிருந்தும்
ஏன் கழிவறைக் கதவையே திறக்கிறீர்கள்?
எல்லாக் கழிவறைகளும் நாறும் இயல்புடையன.

அங்கிங்கெனாதபடி எங்கும்நிறை இறைவன்
அந்த மூன்று நாட்களின் தீட்டுக்காற்று படாமல்
ஒளிந்த பூஜையறைக் கதவுகளை
ஏன் மறந்தீர்கள்?

தடக்கென நீங்கள் திறக்க விரும்பும்/
தட்டாமல் நாகரிகம் காத்து (!)
சாவித் துவாரம் வழியாகக் கண் நுழைக்கிற
படுக்கையறைகள்
எவ்வெப்போதும் கலவிக்கானது மட்டுமேயல்ல

நகரும் இருளை – அசைவை – அசையாத்
தூக்கத்தை எல்லாம்
நீங்கள் விதம்விதமாகக் கற்பனித்துப் பேசுகிறீர்கள்

நீங்கள் பார்க்கவே விரும்பாத
சமையலறைக் கதவுகள்
தட்டல் தேவையற்றுத் திறந்தேயிருக்கின்றன.

புன்சிரிப்பு மாறாமல்
உங்களைக் கனவானாகக்
காட்டிக்கொள்ளும் வரவேற்பறை!

உங்களின் விஷப் பற்கள்தாம்
புன்னகையுள் எவ்வளவு அழகாகப்
பொருந்தியொளிந்து கொள்கின்றன!

வணக்கம் கூறி
விடைபெறுகிறீர்கள் –
விருந்தாளரின்
கழிவறை நாற்றத்தை
எல்லோரிடமும் பறைசாற்ற.

○

('பெண் கவிஞர்கள்' என உங்களால் அழைக்கப்படுகிற
அனைத்துக் கவிஞர்கள் சார்பாக . . .)

நீயும், உன் அழுகையும்

நீ அழ
பத்து நிமிடங்களே
தரப்பட்டிருக்கின்றன

நேரம் கிடைக்கும்போது மட்டுமே
உன் துக்கத்தை
அழவும்
அழுகையைச் சேமிக்கவும்
இன்னும் நீ பழகவில்லை

எல்லாம் புதிதாயிருக்கிறது –
இந்த அழுகை,
இந்த அழுகைக்கான காரணங்கள்
எல்லாம்.

உனக்கும் முந்தையவர்கள்
அழுகையைச் சிரிப்பாக வெளிப்படுத்துமளவு
முன்னேறியிருந்தார்கள்

நீ அழுகையை
அழுகையாகவே
அழுதுகொண்டிருந்தாய்

உனது
உற்சாகப் பொழுதுகளின்
பாடல்களை
மறக்கத் துவங்கியிருந்தாய்

கண்ணீரைத் துடைக்கவும்
நேரமற்று
உன் கைகள்
வேலைகளில் சிரத்தையாயிருந்தன.

கால்கள் மரத்து
ஓரிடத்திலேயே
நிலைபெற ஆரம்பித்தன

சே. பிருந்தா

உப்பு நீர்த் தாவரமாய்
மாறிப் போனாய் நீ
அழுகையில் தொடங்கி
அழுகையில் முடிவடைந்தன
உன் பொழுதுகள்...

உன் அழுகையை மெச்சி
வரம் தருவாரோ கடவுள்?
தவம் போலிந்த அழுகை.

O

தூக்கம், மரணம் – நடுவில் வாழ்க்கை

அப்படியொரு தூக்கம்
சாவைப் போன்று.

தூக்கத்தை யாசிக்கிறேன்.

என்ன
என்றறியுமுன்
கண் பொத்தும்
பிஞ்சுக் கைகள் போல
மரணம் வேண்டும்.

மரணம் அத்தனை
பயங்கரமானதில்லை
வாழ்வதை விடவும்.

நேற்றிரவு
நரம்பைத் துண்டித்து
மரணிக்கத் தூண்டிய
கத்தி இது
கேரட் நறுக்கிக்கொண்டிருக்கிறேன்.

மரணத்தைச் சொல்லாக
விதைத்த
உன் (நாவின்) முன் காலை உணவு

மரணத்தோடு மரணமாய்
வாழ்ந்துகொண்டிருக்கிறோம்.

மரணத்தின் முன் அனைவரும்
மண்டியிடுகிறோம்
வாழ்வின் முன் போலவே.

○

சே. பிருந்தா

உதிரி முத்தங்கள்

அன்பின் வெகு துரித வெளிப்பாடு
உன் முத்தம்

இடது மார்பை
நீ கொஞ்சும்போது
வருத்தமுறுகிறது
வலது

உன்னிதழ்கள் பட்டு
மலரும் – எம்மிரு
மொட்டுகள்

தீக்கங்குகள் போல
கனன்று சிவந்த உதடுகளின்
முத்தமிடல் –
நான் பஸ்பமாகாமல்
வேறு எப்படி?

O

வீடு முழுக்க வானம்

செத்துப்போன எனது கவிதை – ஓர் ஒப்பாரி

ஒருநாள் எனது கவிதை செத்துப் போயிற்று
உலகில் பிறந்த ஒவ்வொன்றுக்கும்
ஒரு முடிவு உண்டு எனும் விதிப்படி
ஒருநாள் எனது கவிதையும் செத்துப் போயிற்று

பஸ்ஸில் எல்லோரும் அருவெறுத்த குடிகாரன்
கண்தெரியாத ஒருவருக்காக
தன் நிறுத்தமில்லாத நிறுத்தத்தில் இறங்கி
தனிச்சையாய் உதவிய கணத்தின் மேன்மையில்...
என்னைக் காதலிப்பதாகச் சொன்ன நண்பன்
தன் முந்தைய காதலியைக் கைத்தலம் பற்ற
திருமண அழைப்பிதழ் கொடுத்த தினத்தில்
துரோகத்தின் இரத்தம் தோய்ந்து...
அடைத்த அத்தனை கதவுகளும் திறக்க
சிலீரெனக் காற்றோடு சாரலும்
சுவாசிக்க வாய்த்த மாதிரி
என் சின்னக் குழந்தையின் சன்னக் குரலிசையில்...

– எதன் நெகிழ்வில் அதன் முதல் வரித் தோன்றல்

செத்த கவிதையின் வரிகள் எதைக் கொண்டிருந்தன
சாகுமுன் அதன் கடைசி மூச்சு உச்சரித்த
சொற்களின் நிறமென்ன

எனது
மூச்சு முட்டும் பொழுதுகளுக்கும்
உடைந்தழும் நிகழ்வுகளுக்கும்
அதன் மரணத்துக்கும் தொடர்புண்டா

இயல்பான சாவா
இல்லை செத்தால் (சாமியாகி) சாகாவரம்
                பெற்றுவிடுமென

சே. பிருந்தா

யாரேனும் அதன் கழுத்து நெரித்தார்களா

??? ??? ???

சரி செத்தது செத்துவிட்டது
கண்களைத் துடைத்துக்கொண்டு
தேம்புவதை நிறுத்தியாயிற்று

கடைசியாக ஒன்று –
ஒன்றே ஒன்று
செத்ததை எனக்குள் எரிக்கவா
உங்களுக்குள் புதைக்கவா.

○

தோட்டத்து மரங்கள்
காற்றில் 'வா' என்றழைக்கின்றன
நீயென் ஜன்னலைச் சாத்துகிறாய்

வழி திறந்த என் எல்லாக் கதவுகளும்
உன் வீடு நோக்கியே.

அன்பு கூர்ந்தில்லை
உன் இழுப்பும்
என் இழுபடலும்

காற்றின் இசைவிலொரு
உதிரிலையின் பறப்பு
தானுணர்த்திப் போகிறது
வண்ணத்துப்பூச்சியல்லவே நான் – என்று.

○

சே. பிருந்தா

எல்லோர் வீட்டிலும் ஒரு நாய்க்குட்டி

ஒரு நாய்க்குட்டி எங்கள் வீட்டிற்கு வந்தது
அடிமைப்படுத்துதலின் முதல்பாடம்
தனிமைப்படுத்துதல்
வீட்டின் எல்லாக் கதவுகளையும் தாழிட்டு
அதனறிந்த முகங்களை மறக்கடித்தோம்

எங்கள் பாஷையைப்
பழக்கப்படுத்தினோம்

அதன் அடிப்படைத் தேவைகளுக்கு
மிகவும் ஏங்கவைத்துப் பாலூற்றினோம்
வாலாட்டியது

வீட்டிலேயே கழிந்துவிடாதிருக்க
Walking கூட்டிப் போனோம்
சொர்க்கத்தைக் கண்டது போல்
அதன் துள்ளல் நடை

இப்பொழுது
எங்களின் பரமவிசுவாசி அது
'நில்' என்றால் நிற்கும்
ஓடச் சொன்னால் ஓடும்
'கை' கொடுக்கும்
இரண்டு கால்களில் நடக்கும்

நம்
எல்லோர் வீட்டிலும் ஒரேயொரு
நாயாவது வளர்க்கிறோம்,
நாயுருவற்று.

குலைப்பதை இரசிப்போம்
காதுகளற்று.

O

கோடை மழை

அதே வருகை...
மறைந்திருந்து வெளிப்பட்டு

அதே முத்தம்...
திடீரென

அதே நீ...
எதிர்பாராமல்

அதே வாழ்க்கை...
அற்புதம் கொண்டு.

○

என் அன்பின் தோட்டம்
இது.
ஒவ்வொரு பூவின் மலர்விலும்
உதிர்கின்றது
பாவத்தின் வலி.

○

சே. பிருந்தா

விடிந்துவிட்டதா இரவா –
வீட்டுக்குள்

தவமிருந்து பெற்ற சாபம்
பெண்ணாயிருப்பது

யாருடைய கோபமும்
அழகாயில்லை

அம்மாவாயிருப்பதில்
ஒரு சிறப்புமில்லை –
குழந்தைகளோடு
குழந்தைகளாக முடியாமல்.

O

ஒரு விபத்து
ஒரு தாங்க முடியாத விபத்தின்
ஒரு சகிக்க முடியாத மரணம்

தற்கொலையா கொலையா
யார் தீர்மானிப்பது?

எதுவாயினும் அது
கடவுளின் கொலை.

O

அக்கா

என்
எல்லாத் துவக்கமும்
உன்னிலிருந்து

நீ
வெட்டிச் செதுக்கிய பாதைகளில்
என் பயணம்.

உணர்வைச் சொல்லாக்கப்
போராடும் கவிதையின்
தொலைந்த கடைசீ வரிகளில்
என் சொல்லாத அன்பு

'அ' கற்றுத் தந்த
ஆசிரியையிடம் போல

இதுநாள்வரையின்
என் அத்தனையையும் இழந்து

எப்பொழுதும்
உன் முன்னால்
நானொரு சிறுமியாய்...

❍

இருள் கவியும் மாலையில்
கூடடைந்துவிடும்
பறவையின் சுதந்திரம்.

நான்
காற்றாக விரும்புகிறேன்.

❍

ஓடிக்கொண்டேயிருக்கிற நதி
போய்க்கொண்டேயிருக்கிற மேகம்
தினம் பூக்கிற மரம்
பறந்து திரிகிற வண்ணத்துப்பூச்சி
குரலெழும்பாமல் இசைக்கிற காற்று
வீடு முழுக்க வானம்
வானம் நிறைய பறவைகள்

அருகே, மிக அருகே
தொட்டுக்கொள்ளும் தூரத்தில்
என்றில்லாவிடினும்
என் குரல் கேட்கிற தொலைவில் நீ

இது போதும்,
இவை போதும்

வாழும்படிதான் இருக்கிறது –
வாழ்க்கை.

o

காதலைச் சொல்லத்தான் வந்தேன்
மரம் சிலிர்த்து இலைகளசைவதில்
லயித்துவிட்டேன்.

இரண்டும் சாத்தியமில்லை –
காதலைச் சொல்/
கவிதையை மற.

எழுதாத பக்கங்களின் நெருடும் மௌனம்
என் கவிதை வரிகள் புரியாத நீ.

உன் புன்னகையில் நானருந்திய
என் பதின் பருவம்.

நிகழ்த்த ஏலாமல்
தீயாய்த் தவிக்கும்
(உன் – என்) பொருந்தாக் காமம்.

பத்தாவது மாடியிலிருந்து
தலைகுப்புற ஒரு தற்கொலை.

நவம்பர் கடைசியில்
ஓயாத மழை.

○

சே. பிருந்தா

இது மரணாவஸ்தை
நான் அழுகிறேன்
என் கண்ணீர் கீபோர்டில் பட்டுத் தெறிக்கிறது
மானிட்டர்
மறைகிறது.

இரவும் நிசப்தமும் நீண்டு...
எப்பொழுதும் பகல்கள் மிகச் சிறியவை

விருப்பமின்றிப் புணர்தல் போலவே
விருப்பமான விலகலும்.

கண்ணீர் எதையும் நியாயப்படுத்திவிடவில்லை
தீர்ப்பு மாற்றப்படவில்லை

நாம் பேசிக்கொண்டபடியே
பிரிகிறோம்.

○

சாவை எதிர்கொள்ளல்

ஒரு இறப்பு
ஒரு இறப்பின் துக்கம்
அனுசரிக்கப்படுகிறது

இறந்தவர்
என் நண்பரில்லை
உறவுமில்லை

அலுவலகத்தில் ஒருநபர்
அவர்
அதிகம் பரிச்சயமில்லை

ஆனாலும்
தன் முழுவீச்சில்
துக்கத்தின் தாக்கம்

சிரிப்பைத் தொலைத்த முகத்தோடு
எல்லோரும் நாள் முழுதும்
அதையே பேசிக்கொண்டிருக்கிறோம்

சாகிற வயசா இது –
இன்னும் காதில் அவர் குரல் கேட்கிறது –
எவ்வளவு நல்ல மனசு அவருக்கு
எப்படியான நடை அவருடையது –
இப்படி . . .

மதியச் சாப்பாட்டின் போதும்
தொடர்கிறது பேச்சு –
பேச்சின் துக்கம்

பாதிச் சாப்பாட்டில்
எழுகிற சிலர்
கண்ணீர் திரையிட சிலர்
இறுகின முகத்தோடு சிலர்

சே. பிருந்தா

எல்லோருமே
மறுநாளில்
மறுநாளைக்கு மறுநாளில்
மறந்துவிடக்கூடும்

ஒரு துக்கத்தை எதிர்கொள்ளல் என்பது என்ன
மறவாமல் நினைவைச் சுமை தூக்கித் திரிவதா —
அதையே பேசுவதும் எதிரொலிப்பதுமா —
மறவாமல் நினைவில் கொண்டு
வாழும் நிமிடங்களை
உயிர்ப்பாக்குவதா . . .

O

(வாஞ்சிநாதன் மரணத்திற்கு)

தவிர்க்க முடியாமல் ஒரு காதல் கவிதை

வருடத்தின் கடைசி நாள் அது

முன் தீர்மானிக்கப்பட்ட நிகழ்வு போல
நீயும் நானும் ஒரே காரில் பயணிக்கிறோம்

பத்து நிமிடப் பயணதூரம்.
பேசிக்கொள்ள
எவ்வளவோயிருக்கிறது,
எதுவுமில்லை போலிருக்கிறோம்.

அவ்வளவு
அழகாகயிருந்தாய்
மனசிலிருந்து உன் சிரிப்பு
அத்தனை நிஜமாயிருந்தது

கார்த்திகை தீபம் போல
உன்னிலிருந்து தொற்றிக்கொண்ட ப்ரகாசம்
வெளி எங்கும்.

இது காதலில்லை
காதலற்றும் இல்லை

ஏன் உன்னிடம்
என்னைத் தெரிவிக்க ஆசைப்படுகிறேன்

நீ
ஏன் எனக்கு
இப்படி ஆனாய்.

❍

இரக்கமற்றுப்போன
இதயம் கொடு இறைவா

அதிகாலை நடைப்பயணத்தில்
நேரிடுகிறது
எதிர்பாராத விபத்து –
தாண்டிச் செல்கிற எல்லோரும்.

நடைபாதையோரச் சிறுவனைத்
தலைநசுக்கிக் கொல்கிறது
தலைபோகிற அவசரத்திலிருக்கிற காண்டெஸா

விளையாடிக்கொண்டிருப்பதாய்
தாய் நினைக்க – எட்டிப் பந்தைப் பிடிக்க
மாடியிலிருந்து தவறி விழுகிற குழந்தை

தனக்கு நேர்ந்தது அறியாமல்
வலிக்கும் யோனியோடு
சாக்லேட் மெல்லும் சிறுமி

அத்தனை பாரம் சுமப்பதற்கா – நடப்பதற்கா
அடிவாங்கிச் சலியும் வண்டி மாடுகள்

பேனாவின் சின்னச் சுழிப்பில்
பிறர் எதிர்காலம் இருப்பதறியாமல்
பெரிய பதவியில் சிலர்

என் தலையில்தான் ரயிலோடுவதாக
ஏன் அடித்துக்கொள்ள வேண்டும்
என எல்லோரும்.

இரக்கமற்றுப்போன
இதயம் கொடு இறைவா
ஊருடன் ஒத்து வாழ.

○

ஒரு முத்தத்திற்கு பின்

ஒரு மரணத்திற்குப் பின்
ஒரு துரோகத்திற்குப் பின்
ஒரு யுத்தத்திற்குப் பின்
ஒரு மழைக்குப் பின்
ஒரு முத்தத்திற்குப் பின்

ஸ்தம்பிக்கிறது
உலகம்

மறுபடி புதிதாய்ப்
பிறக்கிறது
உன் அன்பில்.

O

மழை எதையும் சொல்லவில்லை
பெய்கிறது
காற்று – வீசுகிறது
நிலவு – ஒளிர்கிறது

இனி
உன்னை நேசிப்பதாகச்
சொல்லப் போவதில்லை
(உன்னை நேசிக்கிறேன்)

என் மௌனத்தைக் காதலாக
மொழிபெயர்.

O

சே. பிருந்தா

. டே கேரில் விட்டு வந்த
குழந்தையின் குரல் துரத்த
எப்பொழுதும் பதறிய நடை.

தீட்டியும் தீற்றாமலும்
அப்பிய முகப் பவுடருடன்
வியர்வை பூத்து –
அது ஒரு மாடர்ன் ஆர்ட் போல.

என் படைப்பாற்றலைச்
சிறக்கச் சொல்கிறது
தாமதத்திற்கு எழுதும்
தினம் ஒரு காரணம்

பொழுதுபோகத்தான்
பெண்கள் ஆபீஸ் வருவதாக
கலீக் – கின் விமர்சனம்

நீ முத்தமிட்டதால் அல்ல
அடித்ததில் ரத்தம் கட்டி
வீங்கின உதட்டுடன்
ஆபீஸ் போகிறேன்.
ஆளாளுக்குக் கேள்விகள்.

'பஸ் டிரைவர் போட்ட சடன் பிரேக்கில்
முன்கம்பியில் முகம் அழுந்தி'
என்ற பதில்
எல்லோருக்கும் திருப்தி –
காய்கறி விற்கும் பெண்மணி தவிர.

எல்லா விவரிப்புகளையும்
புறங்கையால் தள்ளி, கூறுகிறாள்
'வீட்டுக்கு வீடு வாசப்படி தாயி.
நாட்டையே ஆண்டாலும் பொம்பள
புருஷனுக்கு அடங்கித்தான போக வேண்டியிருக்கு.
வாங்கி வந்த வரம் அப்படி
வேறென்ன சொல்ல?'

❍

முத்தம் கனிதல்

அலுவலகம்/வாழ்க்கை ஒரு குருக்ஷேத்ரம்
ஒன்றல்ல ஓராயிரம் பத்மவியூகங்கள்
ஒவ்வொன்றைத் தாண்டி வெளிவரும்போதும்
ஒரு முத்தம் என்றாய்

பத்மவியூகமல்ல – உன் முத்தம்
பெறுவதுதான் சவாலாயிருந்தது
என் கணக்கில்
ஏக பத்மவியூகங்கள் உடைந்தன

உன் ராஜ்ஜியம்
விரிந்துகொண்டேயிருந்தது

உன் உதடுகளிலிருந்து
ஒரு முத்தம் பூக்கவில்லை
உன் வார்த்தைகளே
என்னைச் செலுத்துவன

ஒப்பந்தித்தோ – யாசித்தோ பெறுவதல்ல
முத்தமும் காதலும்
முத்தம் கனியக் காத்திருக்கிறேன்...

தோல்வியுற்று நிராயுதபாணியாய்
மரணத்தைத் தழுவும்போது – உன்
முத்தம் கனிவதாயிருக்கும்.

○

தேன் சொட்டும் உன் பெயர் –
உன் பெயர் என்பதால்.

○

சே. பிருந்தா

நீருள் முகம் அழுந்தியதும்
திமிறி வெளிவரணும்போல
மூழ்கிச் செத்துவிடணும்போல
எழும் தவிப்பு –
உன் காதல்.

○

வாழ்க்கையின் சூன்யம்
குழந்தையின் குரலற்று.

○

தீப்பற்றுதல் போல
சுருக்க நிகழ்ந்துவிட்ட
சந்திப்பு

○

என்
கனவில் வந்த
நீ –
நானா நீயா?

○

புத்தனாதல்

உன் அன்பு
நிராகரிக்கப்படவில்லை

உன் துரோகங்கள்
மன்னிக்கப்பட்டவை

நீ வருந்தியழ
ஒரு குற்றவுணர்வும்
உன்னிடமில்லை

நீ தனிமைப்படுத்தப்படவில்லை

பசி, தாகம் நீ அறியாதது

உன் அன்பின் மரணம்
இதுவரை நிகழவேயில்லை

நீ இன்னும் புத்தனாகவில்லை —
நீ சிந்திக்க மரணம் நிகழாமல்.

O

சே. பிருந்தா

முத்தம் சுவைத்தல்

மிக எளிதில்
முத்தமிடுகிற தூரத்தில் நீ

தூக்கமற்ற எனது இரவுகள்
தீப்பற்றி எரிகின்றன

இது உலகத்தின் கடைசீ தினமாக
இருந்துவிடட்டும் –

கோப்பையின் கடைசீ துளி
எனவும் –

நானுன்னை முத்தமிடுகிறேன்.

முத்தத்தின் சுவை 'தேன்.'

தாடி குத்துவதாகச் சொல்லி
விலக்கிய
அப்பாவின் முத்தம் –
இறப்பதற்கு முந்தையநாள் நிகழ்வாய்
இன்றும் நினைவில்/கரிப்பின் சுவை.

நினைக்கும் போதெல்லாம் – அன்பு
எதிர்ப்படும்போதெல்லாம்
எச்சில்பட மகளின் முத்தம்
– முத்தத்தின் சுவையாக.

○

உன் சாதாரணங்களும் என் அசாதாரணங்களும்

உனக்கு சாதாரண தழுவல் அவ்வளவே
எனக்கோ பூமியிலிருந்து பாதம் நழுவிய
கடல் தொடுகை

மூச்சு விடுவது போல்
இயல்பானது உன் புன்னகை –
என்னுள் மரணம் விதைக்கப் படுகிறது

உனக்கொரு முத்தம் அது –
எனக்கோ உயிர் தரும் சஞ்சீவினி

கைக் கடிகாரத்தை மாற்றிக்
கட்டியிருக்கிறாய்.
தலைகீழாய் சுழலுகிறது என் காலம்.

எனக்கு – கவிதை
உனக்கு – அறியாத
வேற்று மொழியின்
வர்ணக் கிறுக்கல்.

உன் நாட்காட்டியின்
கிழிந்த தாள் –
எனக்கொரு நாள்.

O

சே. பிருந்தா

நீ அருகில் இல்லாத தினத்தில்

தனி நடைப் பயணத்தில்
நீண்டு நகரும் சாலைகள்

வண்ண வண்ணமாய்
உன்னை நினைவூட்டுகிற பலூன்காரர்கள்

ஞாபகப் பிசகில்
வாங்கி விடுகிற லாலி பாப்கள்

வீடு நிறைக்கும்
உன் கலைந்த பொம்மைகள்

திடீர் விழிப்பில்
நடு இரவில்
எழும் கவிதைகள்

உடனே
உன்னைப் பார்த்து விட
எழும் தவிப்பு –
இதுதான் காதலென்று
உணருகிறேன்.

O

06.06.2009

நண்பனொருவன் இறந்துபோனான்
கவிஞனும் கூட

அலுவல்நடுவே வந்த குறுஞ்செய்தி
அழநேரமில்லை, வேலை கொல்கிறது

அன்று சனிக்கிழமை
மகளுக்கு அரைநாள் மட்டுமே
அழைத்து வர, போகவேண்டும்

துக்கம் புரியும் வயதல்ல அவளுக்கு
ஐஸ்கிரீம் கேட்கிறாள்

சில்லென விழுங்குகிறேன்
துக்கத்தை

இரவுநேரச் செய்தியில்
யாரோ மனிதர்களின் மரணத்தை
உணவோடு செரிப்பது
தினசரி செயலாயிற்று

அறியாத மனிதனின் துக்கம் போலவே
ஆகிறது
அறிந்த மனிதனின் மரணமும்.

O

சே. பிருந்தா

NRI

அதொரு பொருட்காட்சி
மேலே நிலா
ஜெயிண்ட் வீல், டோரா டோரா
கொலம்பஸ் கப்பல் நடுவே
ஒட்டக சவாரியும்.

பாலைவனமிழந்து
இணையிழந்து
காமவுணர்விழந்து
காதலுமிழந்து
நகரத்தில் சம்பாதிக்கிறது
ஒட்டகம் –

ஒரு பயங்கரக் கனவு போல
விபரீத கற்பனை போல
சுஜாதா கதையில் விபத்தில்
இரத்தம் படியாத அரிசி திரட்டிய
நடைமுறை நிஜம் போல.

O

நீ
ஒருபோதும்
உன் காதலை சொல்லப் போவதில்லை

அழுகி நாற்றமடிக்கட்டும்
அது

அழுதழுது வீங்கட்டும்
அதன் கன்னங்கள்

மின்கம்பத்தில் கேட்பாரற்றுத்
தொங்கும் பட்டமென அதன்
துக்கம்

பசியோடு தூங்கட்டும்
அதன் இரவுகள்

கண்ணாமூச்சு விளையாட்டில்
யாருமே தேடாமல் வீடு திரும்பிய சிறுமியென
அதன் தனிமை

மரணத்துடன் புதைந்து விட்ட
யாருமறியா இரகசியம் –
உன் காதல்

O

சே. பிருந்தா

இதைவிடத் தனிமையை
எப்போதும் உணர்ந்தில்லை

எல்லாக் கடவுள்களும்
ஒருசேரக் கைவிட்ட நேரம்

என்னைத் தாங்க / நான் பிடித்துக் கொள்ள
எதுவுமிருக்கவில்லை

மரணம் கூட
நம்பிக்கை அளிக்கவில்லை

மன்னிப்போ / மரணமோ / எதுவோ
எதையும் சரி செய்துவிட முடியாது

நான் கேட்பது
சாய்ந்து அழ
ஒரு தோள் –

அது எப்போதும்
உன்னுடையதாக இருக்கிறது

எனவே
நீயென் கடவுளுமாகிறாய்.

O

எல்லா ப்ரியங்களையும்
அடகு வைத்தாயிற்று

யாருமில்லை எப்போதும்
என்றாயிற்று

என் தலையெழுத்தை
எழுதிக் கிழித்திட்ட
தெய்வத்திடம் முறையிடப் போனால் –

தெய்வங்கள்
சிறையிலிடப் பட்டிருந்தன

கைகள் பின் வளைக்கப்பட்டு
விலங்குகள் போடப் பட்டிருந்தன

வாயில் சிறு ப்ளாஸ்திரி

நகராமலிருக்க கால்களில்
இரும்பு குண்டு

வெறும் செவிகள் மட்டும்
எதற்கென்று
பஞ்சடைத்து விட்டு வந்தேன்.

O

சே. பிருந்தா